Milet
Picture
Dictionary
English·Vietnamese

Milet Publishing Ltd
6 North End Parade
London W14 OSJ
England
Email info@milet.com
Website www.milet.com

First published by Milet Publishing Ltd in 2003

Text © Sedat Turhan 2003
Illustrations © Sally Hagin 2003
© Milet Publishing Ltd 2003

ISBN 1840593636

Printed in Belgium

Milet
Picture
Dictionary
English·Vietnamese

Text by **Sedat Turhan**

Illustrations by **Sally Hagin**

COLOURS/COLORS
MÀU

red
đỏ

orange
cam

yellow
vàng

green
xanh lá
cây

blue
xanh biển

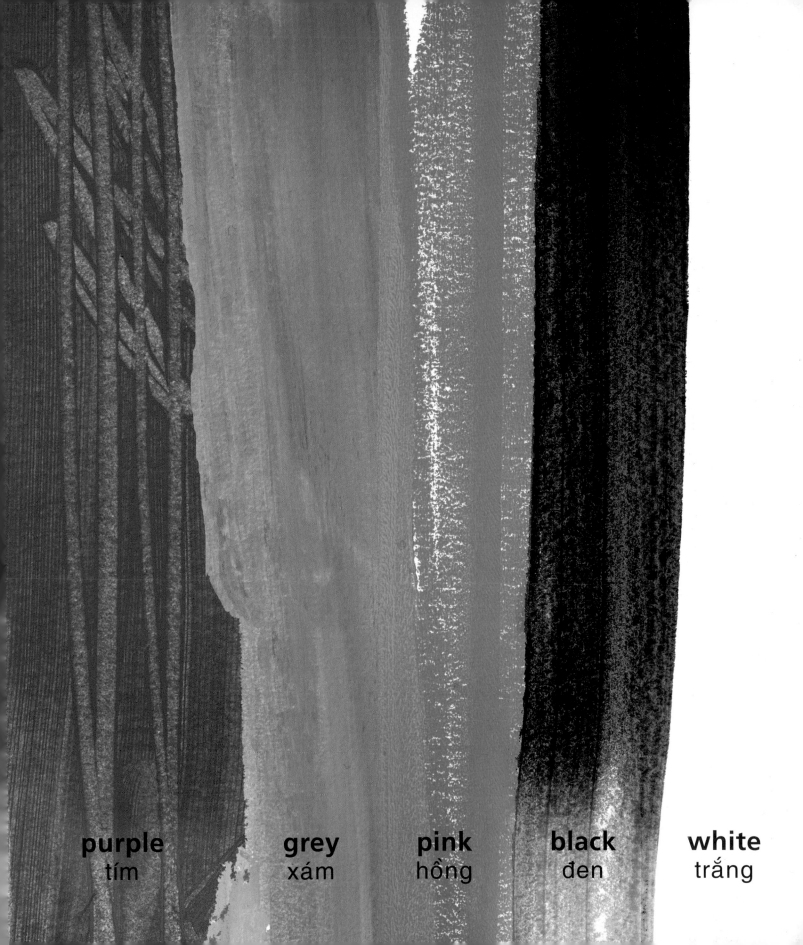

purple
tím

grey
xám

pink
hồng

black
đen

white
trắng

PLANTS
THỰC VẬT

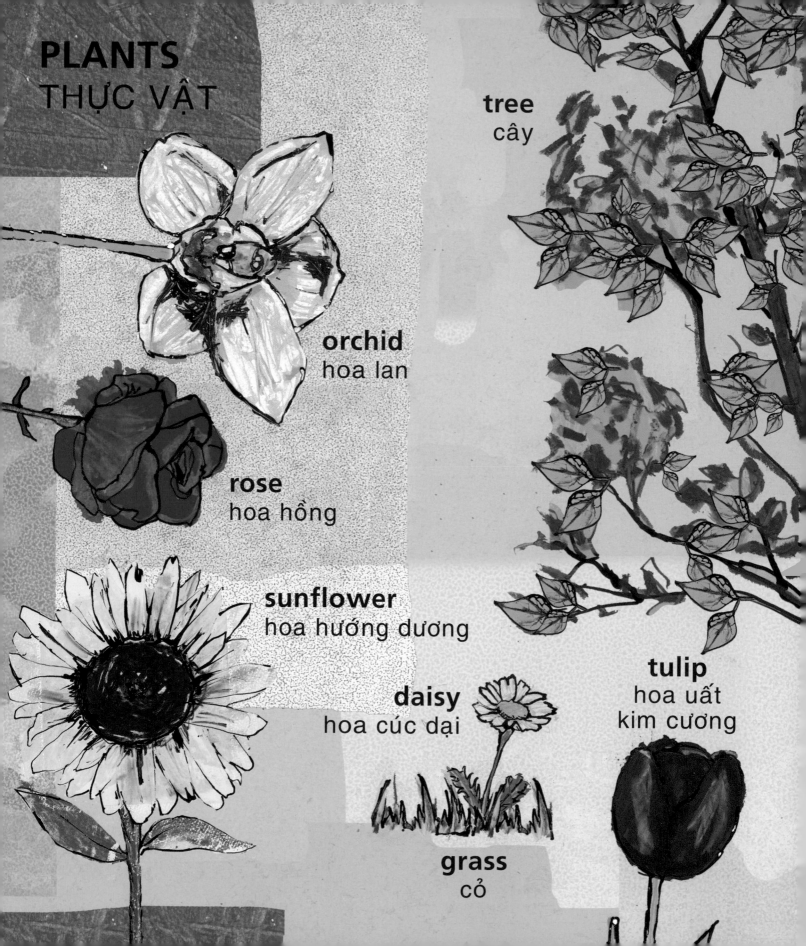

tree
cây

orchid
hoa lan

rose
hoa hồng

sunflower
hoa hướng dương

tulip
hoa uất
kim cương

daisy
hoa cúc dại

grass
cỏ

lily
hoa loa kèn

branch
cành cây

leaf
lá

daffodil
hoa thủy tiên

watering can
bình tưới nước

cactus
cây xương rồng

plant pot
chậu cây

FRUIT
TRÁI CÂY

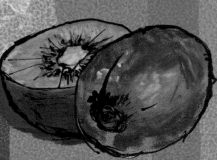

cherry
trái anh đào

kiwi
trái ki-vi

apricot
trái mơ

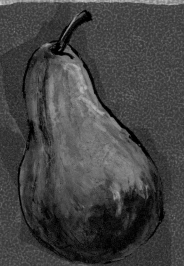

pear
trái lê

fig
trái vả

peach
trái đào

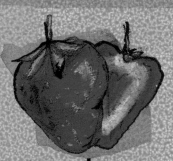

strawberry
trái dâu tây

banana
trái chuối

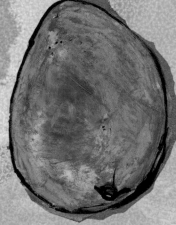

mango
trái xoài

orange
trái cam

apple
trái táo

blueberry
trái việt quất

lemon
trái chanh

grapes
trái nho

avocado
trái bơ

raspberry
trái mâm xôi

grapefruit
trái bưởi

pineapple
trái dứa

ANIMALS
THÚ VẬT

lion
con sư tử

zebra
con ngựa
vằn

tiger
con hổ

giraffe
con hươu

elephant
con voi

penguin
chim cánh cụt

duck
con vịt

polar bear
con gấu trắng

cow
con bò

rooster
gà trống

goat
con dê

sheep
con cừu

horse
con ngựa

ANIMALS & INSECTS
THÚ VẬT & CÔN TRÙNG

bird
con chim

dog
con chó

cat
con mèo

frog
con ếch

rabbit
con thỏ

crab
con cua

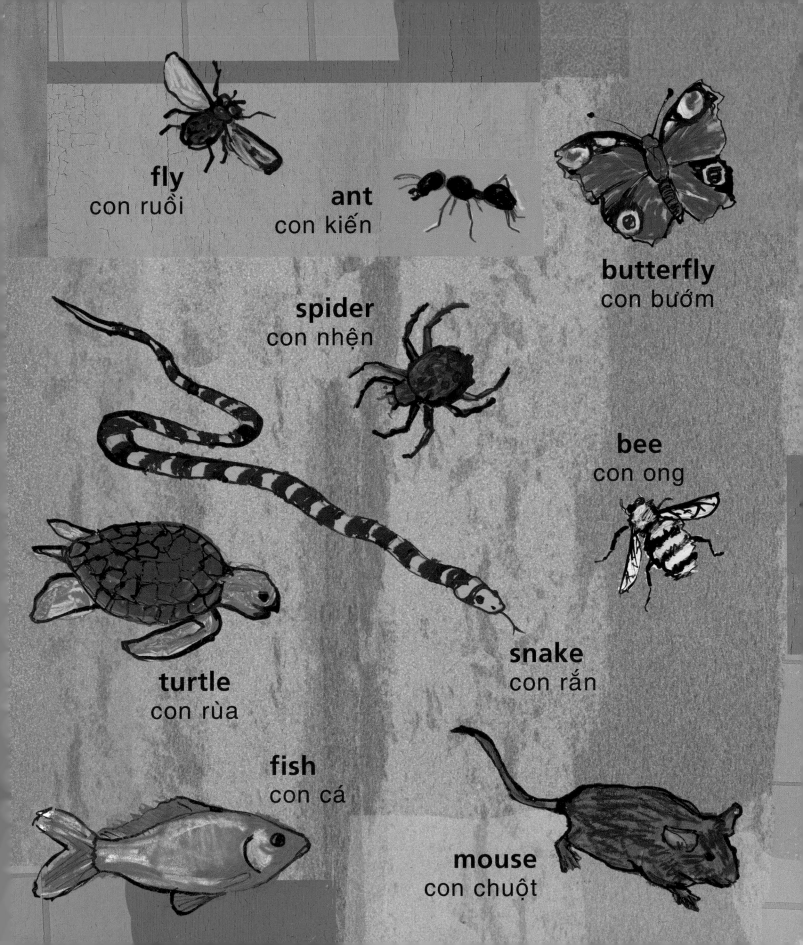

fly
con ruồi

ant
con kiến

butterfly
con bướm

spider
con nhện

bee
con ong

turtle
con rùa

snake
con rắn

fish
con cá

mouse
con chuột

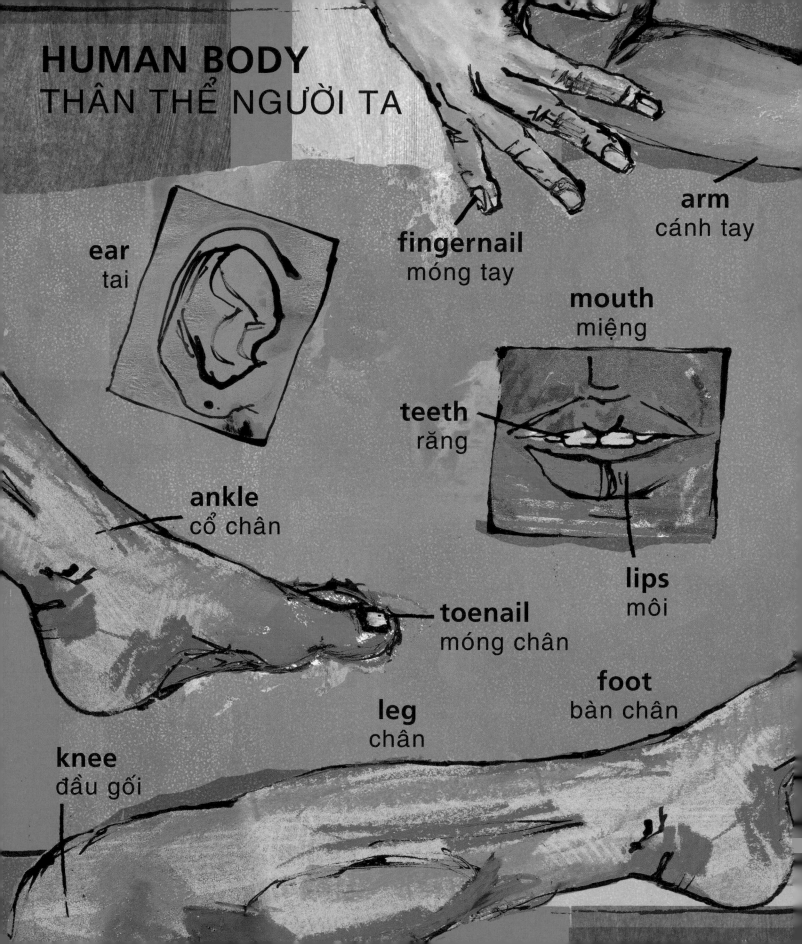

HUMAN BODY
THÂN THỂ NGƯỜI TA

arm
cánh tay

ear
tai

fingernail
móng tay

mouth
miệng

teeth
răng

ankle
cổ chân

lips
môi

toenail
móng chân

foot
bàn chân

leg
chân

knee
đầu gối

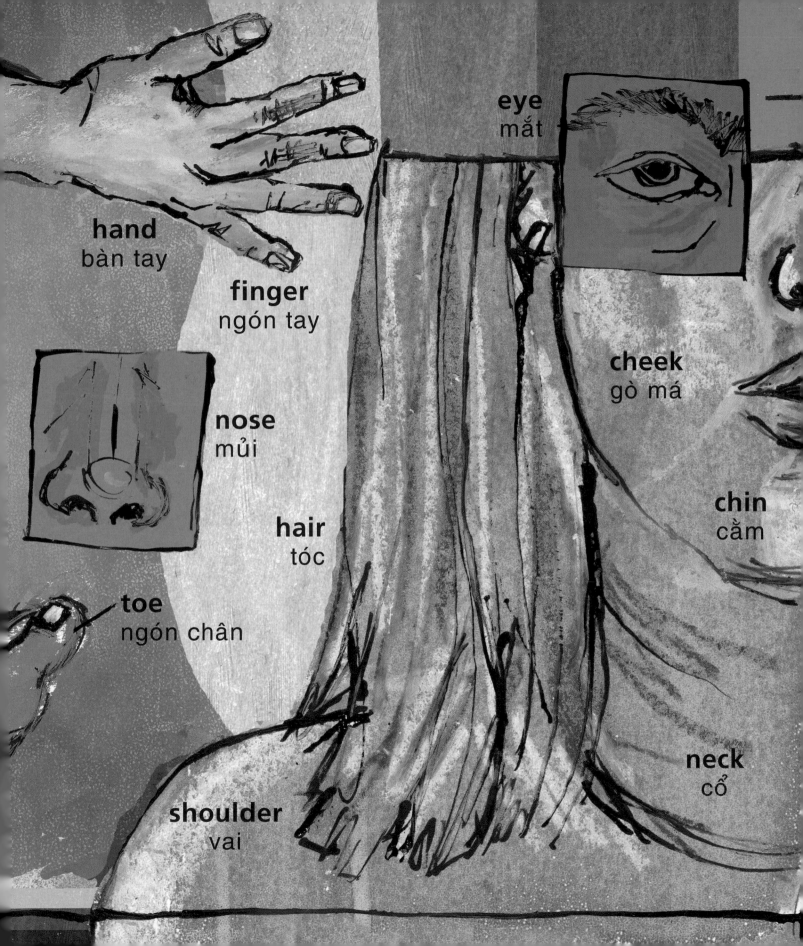

hand
bàn tay

finger
ngón tay

nose
mũi

hair
tóc

toe
ngón chân

shoulder
vai

eye
mắt

cheek
gò má

chin
cằm

neck
cổ

HOUSE & LIVING ROOM
NHÀ & PHÒNG KHÁCH

roof
mái nhà

chimney
ống khói

house
nhà

door
cửa cái

key
chìa khóa

candle
nến

light bulb
bóng đèn

armchair
ghế bành

picture
tranh

bookshelf
kệ sách

cabinet
tủ có ngăn

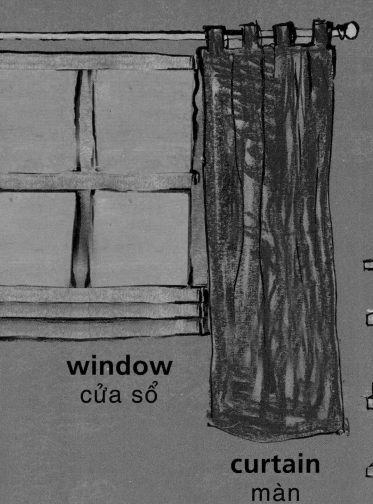
window
cửa sổ

curtain
màn

vase
bình cắm hoa

sofa
ghế xô-pha

lamp
đèn

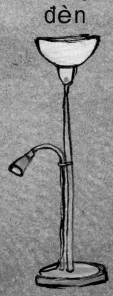

side table
bàn bên cạnh

KITCHEN
NHÀ BẾP

bowl
cái tô

glass
cái ly

refrigerator
tủ lạnh

plate
đĩa

napkin
khăn ăn

teapot
bình trà

cup
tách

table
bàn

chair
ghế

spoon
cái thìa

frying pan
cái chảo

knife
cái dao

fork
cái nĩa

saucepan
cái nồi

oven mitt
bao tay lò
nướng

dishcloth
khăn lau bát

toaster
đồ nướng
bánh mì

stove
bếp lò

sink
bồn rửa

oven
lò nướng

VEGETABLES
RAU CẢI

potato
khoai tây

green bean
rau đậu

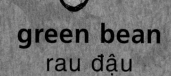

mushroom
nấm

carrot
củ cà rốt

asparagus
măng tây

onion
củ hành

pumpkin
bí ngô

peas
đậu hà-lan

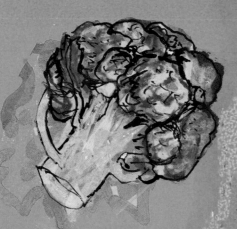

broccoli
bông cải xanh

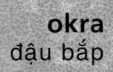

okra
đậu bắp

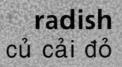

tomato
cà chua

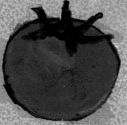

radish
củ cải đỏ

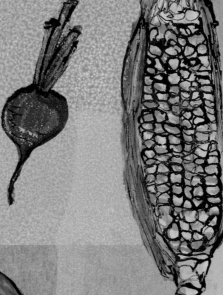

corn
bắp

garlic
tỏi

cucumber
dưa chuột

pepper
tiêu

cauliflower
bông cải

cabbage
bắp cải

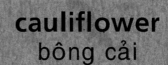

FOOD
THỰC PHẨM

sandwich
bánh mì
xăng-quýt

bread
bánh mì

cheese
phó-mát

milk
sữa

butter
bơ

honey
mật ong

jam
mứt

egg
trứng

cereal
ngũ cốc

raisins
nho khô

oil
dầu

fries
khoai tây
chiên

fruit juice
nước trái cây

spaghetti
mì Ý

chocolate
sô-cô-la

cake
bánh ngọt

ice cream
kem

BATHROOM
PHÒNG TẮM

towel
khăn

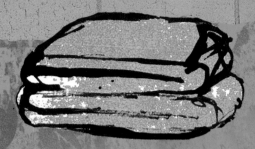

mirror
kiếng

sink
bồn rửa

toilet paper
giấy vệ sinh

toilet
bồn cầu

bathroom cabinet
tủ phòng tắm

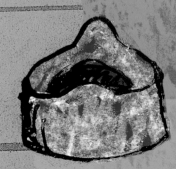

potty
cái bô

hairbrush
bàn chải tóc

hairdryer
máy sấy tóc

shower
vòi sen

comb
lược

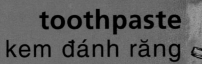

toothpaste
kem đánh răng

shampoo
dầu gội đầu

conditioner
dầu dưỡng tóc

toothbrush
bàn chải đánh răng

soap
xà-phòng

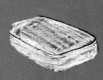

bathtub
bồn tắm

BEDROOM
PHÒNG NGỦ

bed
giường

alarm clock
đồng hồ reo

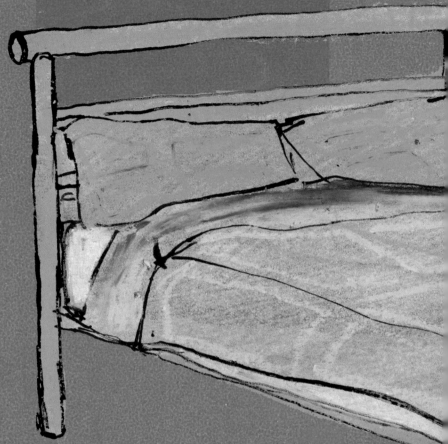

bedside table
bàn cạnh
giường ngủ

hanger
móc áo

rug
tấm thảm

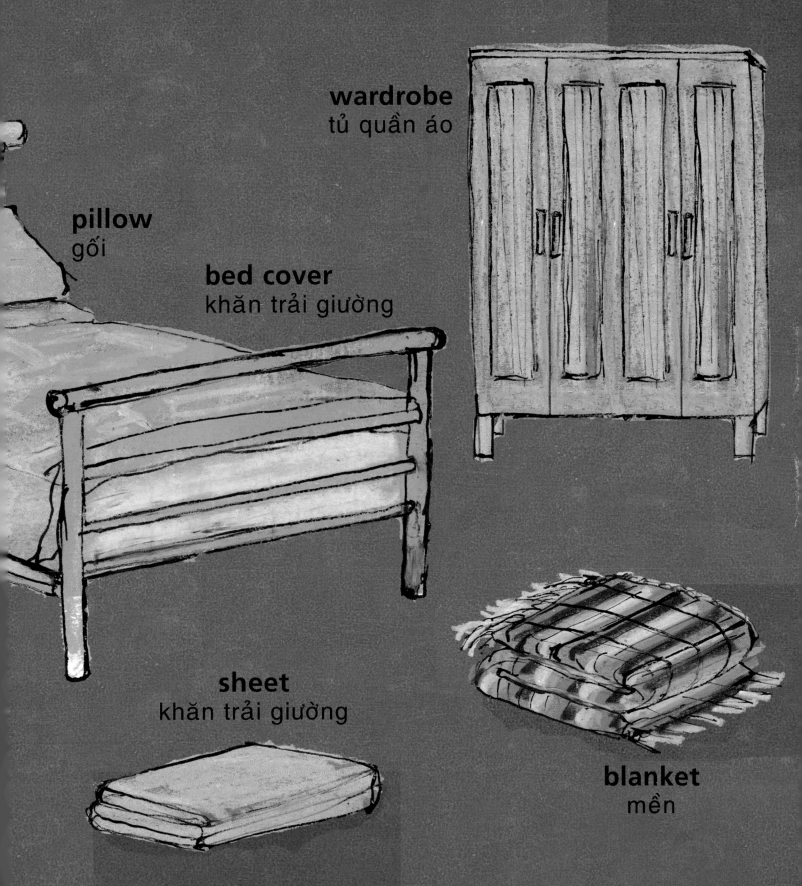

wardrobe
tủ quần áo

pillow
gối

bed cover
khăn trải giường

sheet
khăn trải giường

blanket
mền

CLOTHING
QUẦN ÁO

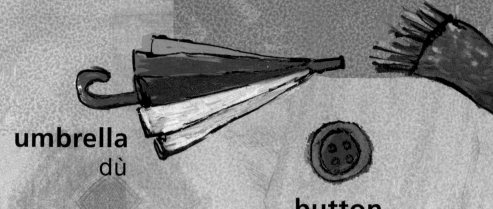

umbrella
dù

button
nút

gloves
bao tay

glasses
mắt kính

boxer shorts
quần lót

T-shirt
áo thun

underpants
quần lót

hat
nón

jacket
áo vét-tông

sweater
áo len
chui cổ

slippers
dép lê

scarf
khăn quàng cổ

backpack
ba lô

skirt
váy

shirt
áo sơ-mi

handbag
ví đầm

socks
vớ

belt
dây nịt

jeans
quần bò

shoes
giày

pyjamas
đồ py-ja-ma

shorts
quần đùi

COMMUNICATIONS
THÔNG TIN

telephone
điện thoại

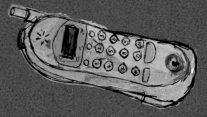

television
máy truyền hình

DVD player
máy DVD

video recorder
máy vi-đêô

remote control
đồ điều khiển từ xa

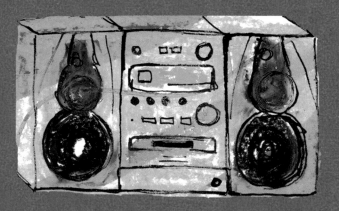

stereo
máy stê-rê-ô

camera
máy ảnh

video camera
máy quay phim

TOOLS
DỤNG CỤ

screwdriver
cái tua vít

screw
con vít

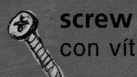

saw
cái cưa tay

stepladder
thang gấp

nail
cái đinh

drill
máy khoan
điện

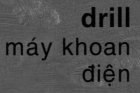

hammer
cái búa

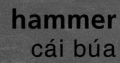

shovel
cái xẻng

vacuum cleaner
máy hút bụi

paint
sơn

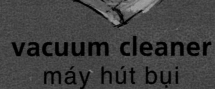

SCHOOL & OFFICE
TRƯỜNG HỌC & VĂN PHÒNG

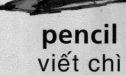

pencil
viết chì

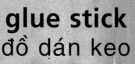

glue stick
đồ dán keo

book
sách

marker
viết đánh dấu

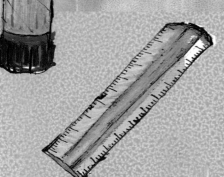

ruler
cái thước

stamp
con tem

pencil sharpener
cái gọt viết chì

pencil case
hộp đựng viết chì

crayon
viết chì vẽ

globe
quả địa cầu

scissors
cái kéo

calculator
máy tính

stapler
cái kẹp ghim

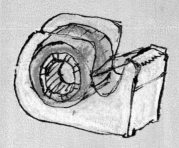

tape
băng dính

paints
sơn

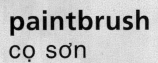

paintbrush
cọ sơn

pen
viết mực

envelope
phong bì

computer
máy vi tính

desk
bàn giấy

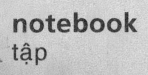

notebook
tập

NUMBERS
SỐ

one
một

two
hai

three
ba

four
bốn

five
năm

six
sáu

seven
bảy

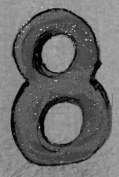  

eight
tám

nine
chín

ten
mười

SHAPES
HÌNH DẠNG

hexagon
hình lục giác

rectangle
hình chữ nhật

square
hình vuông

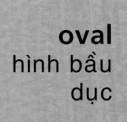 

oval
hình bầu dục

circle
hình tròn

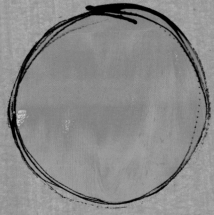

triangle
hình tam giác

octagon
hình bát giác

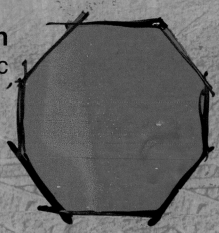

MUSICAL INSTRUMENTS
DỤNG CỤ NHẠC

flute
sáo

guitar
đàn ghi-ta

violin
vĩ cầm

saxophone
kèn xắc-xô

bongos
trống gõ tay

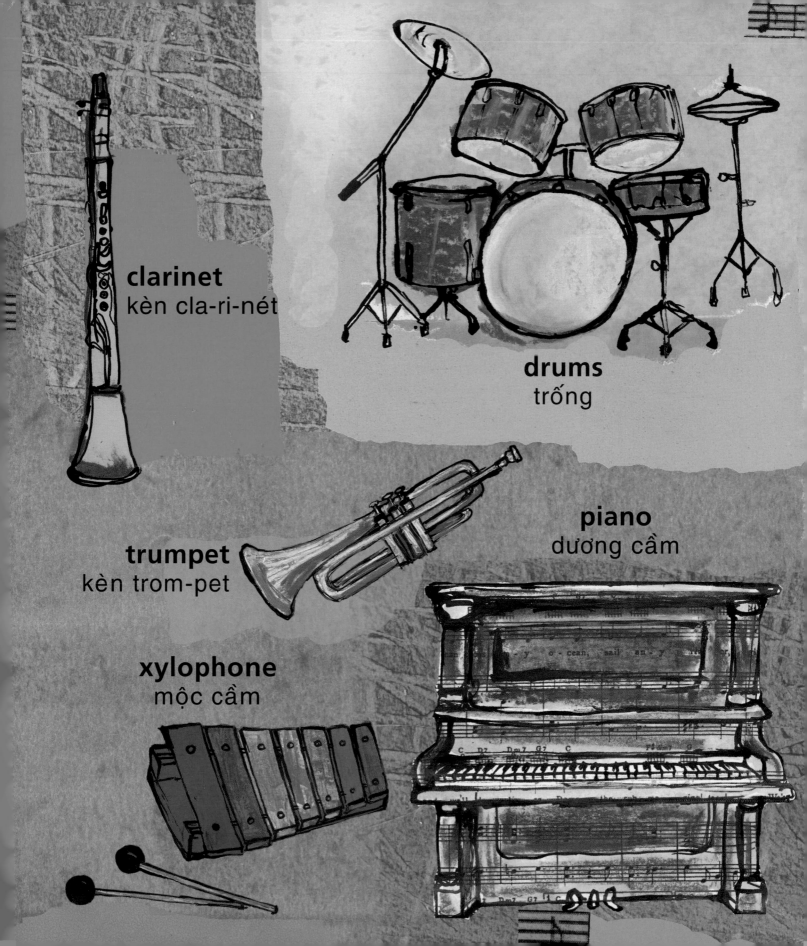

clarinet
kèn cla-ri-nét

drums
trống

trumpet
kèn trom-pet

piano
dương cầm

xylophone
mộc cầm

SPORTS & GAMES
THỂ THAO & TRÒ CHƠI

skateboard
ván trượt

video games
trò chơi điện tử

cards
lá bài

**football /
soccer ball**
bóng đá

ice skates
giày trượt băng

rollerblades
giày pa-tanh

skis
cây trượt tuyết

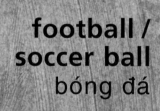

chess
cờ chess

baseball
bóng chày

glove
bao tay

bat
vợt

basketball
bóng rổ

American football
bóng đá Mỹ

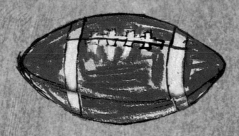

tennis ball
banh chơi quần vợt

tennis racket
vợt chơi quần vợt

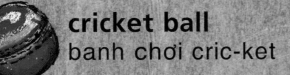

cricket ball
banh chơi cric-ket

cricket bat
vợt chơi cric-ket

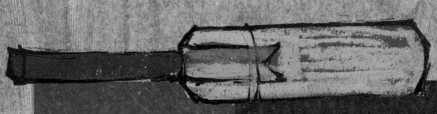

TRANSPORTATION
CHUYÊN CHỞ

boat
tàu

bicycle
xe đạp

train
xe lửa

car
xe hơi

motorcycle
xe mô tô

ambulance
xe cứu thương

helicopter
phi cơ trực thăng

plane
phi cơ

fire engine
xe cứu hỏa

bus
xe buýt

truck
xe vận tải

tractor
xe kéo

SEASIDE
BỜ BIỂN

ball
trái banh

sky
bầu trời

beach towel
khăn tắm biển

swimsuit
đồ tắm

beach bag
túi đi biển

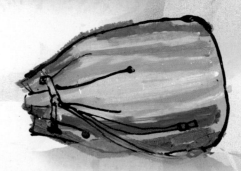

sunglasses
kính mát

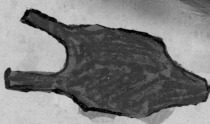

sunscreen
kem chống nắng

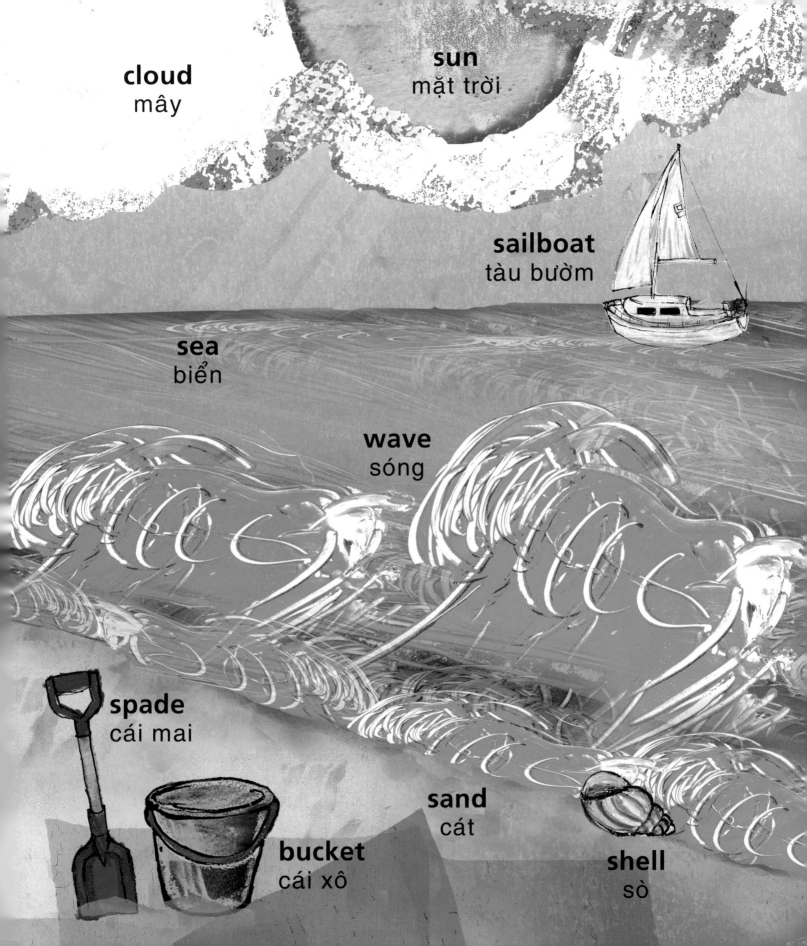